பஞ்சபூதத் தலங்கள்

பஞ்சபூதத் தலங்கள்

வெங்கடேச பெருமாள்

இந்த நூலை என்னை இன்னலும் எந்நாளும் காத்தருளும்ஸ்ரீ வாராகி அன்னைக்கும் ,என் தந்தை எம்பிரான் ஸ்ரீ மஹாதேவருக்கும் ,என்னை இந்த மண்ணிலுகத்திற்கு தந்த என்னை ஈன்ற தாய் தெய்வத்திருமதி .ருக்குமணி அம்மையாருக்கு அற்பணிக்குறேன்.

பொருளடக்கம்

முன்னுரை

பஞ்சபூதத் தலங்கள் என்பவை நிலம், நீர், நெருப்பு, காற்று, ஆகாயம் எனும் பஞ்ச பூதங்களுக்கு உரிய சிவாலயங்க-ளாகும். இத்தலங்களில் மூலவராக உள்ள சிவலிங்கங்கள் பஞ்சபூதங்களின் பெயர்களாலேயே அழைக்கப்பெறுகின்றன. இத்தலங்கள் அனைத்தும் தென்னிந்தியாவில் அமைந்-துள்ளன. உலகிலுள்ள அனைத்து உயிர்களும் பொருட்களும் பஞ்ச பூதங்களில் ஐந்தும் கலந்தோ அவற்றுள் சிலவற்றைக் கொண்டோ உருவாகி இருக்கும்.

அவற்றின் தலங்களை இங்கே காண்போம்.

முகவுரை

எனது வாழ்நாளின் முக்கியமான நாளாக, இந்த நூலை எழுதுவதால் கருதுகிறேன்

எல்லாம் சிவனின் அருள் அவரே துணையை வருக என இன்னும் பல நூல்கள் எழுத அருள்க.

1

பஞ்சபூதத் தலங்கள்

பஞ்சபூதத் தலங்கள்:

இந்த உலகு ஐந்து தனிமங்களினால் ஆனது.இந்து சமயத்தில் இந்த ஐந்து தனிமங்களுக்கும் தனித்தனியே கோவில்களுண்டு. ஐந்து தனிமங்-கள்

1. நிலம்,

2. நீர் ,

3. நெருப்பு,

4. காற்று மற்றும்

5. ஆகாயம்

பஞ்சபூதத் தலங்கள்

ஆகியவன.இவற்றிற்கான கோவில்கள் முறையே

1. காஞ்சிபுரம்--ஏகாம்பரேசுவரர் திருக்கோயில்

2. திருவானைக்காவல்-- ஜம்புகேசுவரர் திருக்கோயில்

3. திருவண்ணாமலை--அண்ணமலையார் திருக்கோயில்

4. திருக்காளத்தி--காளத்தீசுவரர் திருக்கோயில்

5. சிதம்பரம்--நடராசர் திருக்கோயில்

பஞ்சபூதத் தலங்கள் என்பவை நிலம், நீர், நெருப்பு, காற்று, ஆகா-யம் எனும் பஞ்ச பூதங்களுக்கு உரிய சிவாலயங்களாகும். இத்தலங்களில் மூலவராக உள்ள சிவலிங்கங்கள் பஞ்சபூதங்களின் பெயர்களாலேயே அழைக்கப்பெறுகின்றன. இத்தலங்கள் அனைத்தும் தென்னிந்தியாவில் அமைந்துள்ளன. உலகிலுள்ள அனைத்து உயிர்களும் பொருட்களும் பஞ்ச பூதங்களில் ஐந்தும் கலந்தோ அவற்றுள் சிலவற்றைக் கொண்டோ உருவாகி இருக்கும்.

பஞ்சபூதம் பெயர்க்காரணம்

பஞ்சம் என்பது ஐந்து என்ற எண்ணிக்கையைக் குறிக்கும். எடுத்துக்-காட்டாகப் பஞ்சலோகம் என்பது 5 உலோகங்களின் கலவை எனலாம்.

இது போல முக்கியமான 5 கூறுகளினை 5 பூதங்கள் அல்லது பஞ்சபூ-
தங்கள் என்பர். ஒவ்வொரு சிவத்தலமும் ஒரு வரலாறு காரணமாகவும்,
ஏதேனும் ஒரு தன்மையினாலும் அல்லது இயற்கையான நிலவரத்தினா-
லும் இப்பூதத்திற்குரிய கோயிலாக விளங்குகின்றன.

• 3 •

2

திருவண்ணாமலை வரலாறு

திருவண்ணாமலை வரலாறு:

திருவண்ணாமலை மிகவும் பழமை வாய்ந்த புண்ணிய திருத்தலமா-கும். இங்கு உள்ள கோயிலில் அருணாச்சலேஸ்வரர் அக்னிவடிவதில் காட்சி அளிக்கிறார். மேலும் இக்கோயில் சிவன் பார்வதிக்காக இந்தியா-வில் கட்டப்பட்ட மிக பெரிய கோயில் என்று வரலாறு கூறுகிறது. மற்-றும் ஒரு சிவன் பக்தரான பல்லாலா இக்கோயிலுக்காக பல கட்டிடங்கள் கட்டி கொடுத்துள்ளார். இவர் செய்த உதவியை சிவனடியார் பாராட்டும் விதத்தில் பல்லாலா இறைவனடி சேர்ந்த பின்பு சிவபெருமானே வந்து இம்மன்னருக்கு வாரிசு இல்லை என்றதால் அவரே இறுதி சடங்குகள் செய்தார் என வரலாறு கூறுகிறது. சிவனடியார் இங்கு அக்னி வடிவத்-தில் உருவான மற்றொரு வரலாறு சுவாரசியமான புராணம். இதையும் படியுங்கள்: உறையூர் காந்திமதி அம்மன் உடனுறை பஞ்சவர்ணேஸ்வர-சுவாமி திருக்கோவில்.

திருவண்ணாமலை

ஒன்பது கோபுரங்கள்:

கிழக்கே ராஜகோபுரம் (217 அடி உயரம்), வீரவல்லாள கோபுரம், கிளி கோபுரம் (81 அடி உயரம்); தெற்கே திருமஞ்சன கோபுரம் (157 அடி உயரம்), தெற்கு கட்டை கோபுரம் (70 அடி உயரம்); மேற்கே பேய் கோபுரம் (160 அடி உயரம்), மேற்கு கட்டை கோபுரம் (70 அடி உயரம்); வடக்கே அம்மணி அம்மன் கோபுரம் (171 அடி உயரம்), வடக்கு கட்டை கோபுரம் (45 அடி உயரம்). சிவபெருமானே அண்ணா-மலையாகக் காட்சி தருகிறார். இதை காந்த மலை என்பர். காரணம், இம்மலையை தரிசிக்க வருவோரை மீண்டும் மீண்டும் காந்தம்போல கவர்ந்து இங்கு வரவழைக்கும். கிருத யுகத்தில் இது அக்னி மலை-யாகவும், திரேதா யுகத்தில் மாணிக்க மலையாகவும், துவாபர யுகத்தில் தாமிர மலையாகவும், இக்கலியுகத்தில் கல் மலையாகவும் திகழ்கிறது. மலையின் உயரம் 2,688 அடி. (800 மீட்டர்). கிரிவலப் பாதையின் தூரம் 14 கிலோமீட்டர். இப்பாதையில் 20 ஆசிரமங்களும், 360 தீர்த்-தங்களும், பல சந்நிதிகளும், அஷ்ட லிங்கங்களும் உள்ளன. 26 சித்-தர்கள் வாழ்ந்துள்ளனர். அடிக்கு 1,008 லிங்கம் அமைந்துள்ளது என்-பர். மலையை ஒவ்வொரு இடத்தில் நின்று பார்த்தால் ஒவ்வொரு வகை தரிசனமாக 27 வகை தரிசனம் காணலாம். திருவண்ணாமலை கோவில் கட்டமைப்பு திருவண்ணாமலை அருணாச்சலேஸ்வரர் கோயில் பல மன்-

னர்களால் சிறந்த முறையில் பல்வேறு காலகட்டத்தில் உருவாக்கப்பட்-டது. இந்த கட்டமைப்பானது உலகளவில் போற்றும்படி அமைந்துள்ளது.

கடந்த 1000 ஆண்டு காலமாக நடைபெற்ற வளர்ச்சிப்பணிகள் இக்-கோயிலை மிக சிறந்த ஸ்தானத்திற்கு உயர்த்தியுள்ளது. இந்த கோயிலை பற்றி தமிழ் இலக்கணத்தில் முன்னணி கவிகளளான அப்பர், சுந்தரர், மாணிக்கவாசகர், மற்றும் சம்பந்தர் ஏழாம் நூற்றாண்டில் எழுதியுள்ள காவியங்கள் இன்றும் உலகளவில் புகழ் பெற்று விளங்குகிறது. மேலும் திருவண்ணாமலை அண்ணாமலையாரை பற்றி ஒரு தமிழ் மகாகவியான அருணகிரிநாதர் அவருடைய படைப்பில் சிறப்பாக எழுதியுள்ளார். திருப்புகழ் ' என்ற மகா கவிதை இங்கு தான் எழுதி அற்பணிக்கப்பட்-டது. மற்றொரு தமிழ் கவிஞர் மகாகவி முத்துசாமி தீட்சிதர் இங்குதான் அவருடைய படைப்பான கீர்த்தி அருணாச்சலம் என்ற கவிதையை எழுதி வெளியிட்டார். இக்கோயிலில் இன்றைய காலகட்டத்தில் மொத்-தமாக 5 பிரகாரங்கள் உள்ளன. இந்த ஐந்து பிரகாரங்களிலுமே நந்திகள் அருணாச்சலேசுவரரை நோக்கியபடி அமைக்கப்பட்டுள்ளது. ஐந்தாவது பிரகாரத்தில் நான்கு திசைகளில் நான்கு கோபுரங்கள் அமைக்கப்பட்-டுள்ளது. அவை வருமாறு:- திருமஞ்சன கோபுரம், அம்மணியம்மாள் கோபுரம், பேய் கோபுரம், மற்றும் ராஜ கோபுரம். ராஜகோபுரம் 217 அடி உயரம் மற்றும் 11 அடுக்குகள் கொண்ட பிரம்மாண்டமான படைப்பா-கும். விஜயநகர் மன்னர் கிருஷ்ணதேவராயர் உதவியுடன் கட்டப்பட்ட இக்கோபுரம் தென்னிந்தியாவின் இரண்டாவது உயரமான கோபுரமாகும். இத்துடன் ஐந்தாவது பிரகாரத்தில் உள்ள ஆயிரம் கால்கள் உள்ள மண்டபம் அத்துடன் சேர்ந்த சிவகங்கா தெப்பகுளம் இவை யாவும் மன்-னர் கிருஷ்ணதேவராயர் புகழ்பாடும். குறிப்பாக இங்கு இருக்கும் ஆயி-ரம் கால்கள் உள்ள மண்டபம் சிறந்த கைவினைஞர்களை கொண்டு வடிவமைக்கப்பட்டுள்ளது. இம்மண்டபம் திருவாதிரை நட்சத்திரம் தோன்-றும் நாள் அன்று திருமஞ்சனம் நடைபெறுவதற்காக உபயோகிக்கப்ப-டுகிறது. ஆயிரக்கணக்கில் பக்தர்கள் அருணாசலேஸ்வரரை சேவிக்க இந்த மண்டபத்தில் கூடுவார்கள். இந்த மண்டபத்தின் கீழே பாதாள லிங்கம் என அழைக்கப்படும் அறை உள்ளது. இங்கு சிவா லிங்கம் உள்ளது. பாதாளலிங்கம் என அழைக்கப்படும் இந்த இடத்தில் தான் ஸ்ரீரமண மகரிஷி தியானத்தில் அமர்ந்திருந்தார். இந்த பிரகாரத்தின்-மற்றுமொரு சிறப்பம்சம் இங்கிருக்கும் கம்பாட்டு இளையநார் சன்னதி.

இந்த சிறப்பான சன்னதியை மன்னர் கிருஷ்ணதேவராயர் கட்டினார். இங்கே நான்கு அறைகள் உள்ளன. பிரார்த்தனை செய்வதற்காக முன்றாவது அறை பக்தர்களுக்காக ஒதுக்கப்பட்டுள்ளது. நான்காவது அறையில் முருக கடவுளின் மூலஸ்தானம் அமைக்கப்பட்டுள்ளது. முதலாவது அறையில் பல அரிய வேலைபாடுகள் நிறைந்த சிற்பங்கள் வைக்கப்பட்டுள்ளது. இந்த வழியாகத்தான் இரண்டாவது அறைக்கு செல்ல முடியும். மேலும் சிவாகங்கா, விநாயகர் சன்னதி, கம்பாட்டு இளையநார் சன்னதிக்கு பின்புறமும் ஆயிரம்கால் மண்டபம் முன்புறமும் நடுவில் அமைக்கப்பட்டுள்ளது. இங்குள்ள விமானம் மிகவும் சிறப்பாக பல வண்ணங்களில் உருவாக்கப்பட்டுள்ளது. இங்குள்ள அருணகிரிநாதர் மண்டபத்தில் ஒரு சிறப்பம்சம் என்னவென்றால் அருணகிரிநாதர் நின்றபடி முருக பெருமானை பிரார்த்தனை செய்கிறார். இந்த சன்னிதி கோபுரதில்லையனர் சன்னதி என்று அழைக்கப்படுகிறது. இச்சன்னதிக்கு அடுத்து வருவது கல்யாண சுதர்சன சன்னதியாகும். இச்சன்னதி தெற்குபுரத்திலிருந்து பல்லால மகாராஜா கோபுரத்தை நோக்கி அமைந்துள்ளது. இங்கு ஒரு கல்யாண மண்டபம் கல்யாணம் நடத்த வசதியாக அமைக்கப்பட்டுள்ளது. மேலும் இந்த சன்னதியில் லிங்கம், நந்தி, மற்றும் தேவியின் சிலைகள் வைக்கப்பட்டுள்ளன. பல்லாலா மகாராஜா கோபுரம் மன்னர் பல்லாலாவால் கட்டப்பட்டது. அதனால்தான் பல்லாலா மன்னர் இறந்த பின்னர் சிவனடியாரே இறுதி சடங்குகள் செய்தார் என புராணம் கூறுகிறது. இம்மன்னருக்கு வாரிசு இல்லை என்றதால் அருணாச்சலேஸ்வரரே பல்லாலாவின் மகனாக உருவெடுத்து கடமைகளை செய்தார். கோயிலின் நாலாவது பிரகாரத்தில் பிரம்ம தீர்த்தம் அமைந்துள்ளது. பல்லாலா கோபுரத்தின் கிழக்குப்புறத்தில் மன்னர் பல்லாலாவின் உருவ சிலை அமைக்கப்பட்டுள்ளது.

மூன்றாவது பிரகாரத்தில் 12ம் நூற்றாண்டு காலத்து லிங்கம், சிலைகள், நிறுவப்பட்டுள்ளது. இத்துடன் கோபுர நுழைவாயிலும் இங்கு அமைக்கப்பட்டுள்ளது. கிழக்கு புறத்தில் கொடிகம்பமும் வடக்கு புறத்தில் உண்ணாமலை அம்மன் சிலையும் வைக்கப்பட்டுள்ளது. இரண்டாவது பிரகாரத்தில் சிவலிங்கத்தை பிரதிபலிக்கும் அனைத்து உருவங்களும் மற்ற தெய்வங்களும் இருக்கிறது. இந்த பிரகாரம் தான் அருணாச்சலேஸ்வரர் கோவிலுக்கு மிக அருகில் உள்ளது.

3

காஞ்சிபுரம்

காஞ்சிபுரம் ஏகாம்பரநாதர் கோயில்:

காஞ்சிபுரம் ஏகாம்பரநாதர் கோயில் (Ekambareswarar Temple) பழைய சமய நூல்களில் திருக்கச்சியேகம்பம் எனக் குறிப்பிடப்படுகிறது. தேவாரப் பாடல் பெற்ற தலங்களில் தொண்டை நாட்டுத் தலங்களில் ஒன்றாகும்.இந்தியாவின் தமிழகத்தில் காஞ்சிபுரம் நகரில் அமைந்துள்-ளது. இது பஞ்சபூத தலங்களில் ஒன்றாகும். இத்தலத்தில் தலவிருட்சம் மாமரம் ஆகும்.

திருக்குறிப்புத் தொண்ட நாயனார், ஐயடிகள் காடவர்கோன் நாயனார், கழற்சிங்க நாயனார் ஆகியோரின் அவதாரத்தலம் மற்றும் சாக்கிய நாயனார் முக்தியடைந்த தலம்.

ஏகாம்பரநாதர்

திருத்தல வரலாறு:

இத்தலத்தின் இறைவியான ஏலவார்குழலி அம்மையார், உலகம் உய்யவும், ஆகமவழியின்படி ஈசனை பூசிக்கவும் கயிலையிலிருந்து காஞ்சிபுரத்திற்கு எழுந்தருளினார். அங்கு கம்பையாற்றின் கரையில் திருவருளால் முளைத்து எழுந்த சிவலிங்கத் திருவுருவைக் கண்டு பூசித்-தார். அதுபொழுது கம்பை மாநதி பெருக்கெடுத்து வந்தது. அம்மையார் பயந்து பெருமானை இறுகத் தழுவிக்கொண்டார். அப்பொழுது இறை-வனது லிங்கத் திருமேனி குழைந்து வளைத்தழும்பும் முலைத் தழும்-பும் தோன்றக் காட்சியருளினார். அதுகாரணம்பற்றித் சிவனுக்கு தழுவக் குழைந்தநாதர் என்னும் பெயர் உண்டாயிற்று.

திருத்தலப் பெருமை:

தல விருட்சம் :மாமரம்,

இக்கோயிலில் மூம்மூர்த்திகள் வழிபட்ட கம்பர் (வெள்ளக்கம்பர், கள்ளக் கம்பர், நல்லக்கம்பர்) அமைய பெற்றமையால் திருவேகம்பம் என்ற பெயர் பெற்றது.

இது முத்தி தரும் தலங்கள் ஏழனுள் முதன்மை பெற்றது. சூளுறவு பிழைத்ததின் காரணமாகத், திருவொற்றியூர் எல்லையைத் தாண்டிய அளவில் இருகண்பார்வைகளும் மறையப் பெற்ற சுந்தரமூர்த்தி நாயனார்க்கு இடக்கண் பார்வையை இறைவர் கொடுத்தருளிய தலம் இது. தல வெண்பாக்களைப் பாடிய ஐயடிகள் காடவர்கோன் நாயனார், திருக்குறிப்புத் தொண்ட நாயனார், சாக்கிய நாயனார் ஆகிய நாயன்-மார்கள் ஆவர். இங்கு பிரம்மா, விஷ்ணு, உருத்திரர் என்னும் மூவரும் பூசித்த இலிங்கங்கள் இருக்கின்றன. அவைகள் முறையே வெள்ளக்கம்-பம், கள்ளக் கம்பம், நல்ல கம்பம் என்னும் பெயர்களுடன் விளங்கு-கின்றன.

இக்கச்சி ஏகம்பத்திற்கு மாத்திரம் திருமுறைகளில் பன்னிரண்டு பதி-கங்கள் இருக்கின்றன. இவை சமயக் குரவர்கள் நால்வரில் மூவரால் பாடப் பெற்றவை. இவ்வூரில் கச்சியேகம்பத்துடன் கச்சி மேற்றளி, கச்-சிஇணகாந்தன்றளி, கச்சிநெறிக்காரைக்காடு, கச்சியநேகதங்காவதம் என்-னும் தேவாரம் பெற்ற கோயில்களும் கச்சி மயானம் என்னும் ஒரு வைப்புத்தலமும் ஆக ஆறுகோயில்கள் இருக்கின்றன. இவைகளுள் கச்சிமயானம், திருக்கச்சி ஏகம்பத்தினுள் கொடி மரத்தின் முன்னுள்ளது.

கோயில் வரலாறு:

ஏகாம்பரேஸ்வரர் கோயில் என்றும் அழைக்கப்படும் இது, காஞ்சிபு-ரத்திலுள்ள பழமையான கோயில்களுள் ஒன்று. பல்லவர் காலத்திலேயே சிறப்புற்றிருந்ததாகக் கருதப்படும் இக்கோயில், இரண்டாம் நரசிம்ம பல்-லவனால் கட்டப்பட்ட கைலாசநாதர் கோயிலுக்குப் பிற்பட்டது எனக் கருதப்பட்டாலும், இக் கோயில் வளாகத்தில் கண்டெடுக்கப்பட்ட, இம் மன்னன் காலத்துக்கு முற்பட்ட கல்வெட்டுக்கள், இவ்விடத்தில் செங்கல்-லால் கட்டப்பட்ட கோயிலொன்று முன்னரே இருந்திருக்கலாமோ என்ற ஐயப்பாட்டை வரலாற்றாய்வாளர் மத்தியில் ஏற்படுத்தியுள்ளது. எப்படியும் இக்கோயில் 1300 ஆண்டுகளுக்கு மேற்பட்ட பழமை உடையது என்று கருதப்படுகின்றது.

ஏகாம்பரேஸ்வரர் கோயில் மண்டபம்:

இக்கோயிலிலே பல்லவர் காலந்தொட்டு நாயக்கர் காலம் வரை பல்-வேறு மன்னர்களும் திருப்பணிகள் செய்தமைக்கு ஆதாரமாக அவர்-களுடைய கல்வெட்டுக்கள் பல இவ்வளாகத்தினுள் காணப்படுகின்றன. இக்கோயிலின் தெற்கு வாயிலில் காணப்படும் பெரிய இராஜ கோபுரம்,

விஜயநகர அரசனான கிருஷ்ண தேவராயரால் கட்டப்பட்டது. இதன் காலம் பொ.ஊ. 1509 எனக் கல்வெட்டுக்களிலிருந்து அறிய முடிகின்றது. இங்கே விஜயநகர மன்னர் காலத்திய ஆயிரங்கால் மண்டபம் ஒன்றும் உண்டு. இம் மண்டபம் அதற்கு முன், நூற்றுக்கால் மண்டபமாக இருந்ததாகவும், அது பிற்காலச் சோழர்கள் ஆட்சியில் கட்டப்பட்டுப் பிற்காலத்தில் திருத்தப்பட்டதாகவும் தெரிகின்றது.

இக்கோயிலின் வெளிமதில் பொ.ஊ. 1799 இல் ஹாச்ஸன் என்பவரால் புதுப்பிக்கப்பட்டது. அதில் இங்கு பாழ்பட்டு கிடந்த பழைய சிலைகள் உள்ளிட்ட புத்தர் மகாநிர்வாணம் முதலிய உருவங்கள் எல்லாமும் இக்கோயிலோடுu சேர்த்து புதுப்பிக்கப்பட்டன. இச்சிலையில் சில பகுதியில் மகேந்திரன் காலத்து எழுத்துக்கள் சில இருக்கின்றன. சில இடங்களில் விஜயநகரச் சின்னங்கள் (வராகமும் கட்கமும்) இருக்கின்றன. முன்மண்டபத்தில் இருக்கும் ஒரு சிலை ஆதித்த கரிகாலன் உருவம் என்பர். அதற்குத் தாடி இருக்கிறது. சுவாமிசந்நிதி கிழக்கு. ஆனால், கோபுரவாயில் தெற்கே இருக்கின்றது.

4

திருவானைக்காவல்
(திருச்சி)

திருவானைக்காவல் ஐம்புகேசுவரர் கோயில்,

திருவானைக்காவல், அல்லது திருஆனைக்கா எனப்படும் திருவானைக்-
கோவில் திருச்சியில் மாநகரில் அமைந்துள்ள காவேரி ஆற்றின் ஆற்-
றங்கரையில் அமைந்திருக்கும் மாபெரும் சிவன் கோவில் நகரமாகும்.
இதனைத் திருவானைக்காவல் என்றும் அழைப்பர். சிலர் திருவா-
னைக்கா என்றும் அழைக்கின்றனர். அப்பர், திருஞானசம்பந்தர், சுந்-
தரர், அருணகிரிநாதர், தாயுமானவர், ஐயடிகள் காடவர்கோன் ஆகி-
யோரால் பாடல் பெற்றதால் இதைப் பாடல் பெற்ற தலம் என்பர்.
இச்சிவாலயம் சிவனின் பஞ்சபூத தலங்களில் ஒன்றான நீருக்கு உரியது.
தேவாரப் பாடல் பெற்ற தலங்களில் சோழ நாடு காவிரி வடகரைத்
தலங்களில் அமைந்துள்ள 60-ஆவது சிவத்தலமாகும்.

ஜம்புகேசுவரர்

தல வரலாறு:

புராண காலத்தில் வெண் நாவல் மரங்கள் நிறைந்த காடாக இத்தலம் இருந்தது. அங்கே ஒரு வெண் நாவல் மரத்தடியில் ஒரு சிவலிங்கம் இருந்தது. சிவகணங்களில் இருவர் தாங்கள் பெற்ற சாபம் காரணமாக இக்காட்டில் ஒரு யானையாகவும், சிலந்தியாகவும் பிறந்தனர்.

சிவலிங்கம் கூரையில்லாமல் வெயில், மழையில் கிடந்தது. சிலந்தி சிவ-லிங்கத்தின் மேல் வலை பின்னி வெய்யில், மழை மற்றும் மரத்தின் சரு-குகள் லிங்கத்தின் மேல் விழாமல் காத்தது. யானை காவிரியில் இருந்து தன் துதிக்கை மூலம் நீரும் பூவும் கொண்டுவந்து வழிபட்டது. யானை சிலந்தி பின்னிய வலையைத் தேவையற்றதாகக் கருதி அதை அழித்-துவிட்டுச் செல்லும். சிலந்தி மறுபடியும் வலைபின்னி தன் வழிபாட்-டைத் தொடரும். தினந்தோறும் இது தொடர, யானையைத் தண்டிக்க எண்ணிய சிலந்தி யானையின் துதிக்கையில் புக, யானையும், சிலந்-தியும் போராட கடைசியில் இரண்டும் மடிந்தன. இவைகளின் சிவபக்-திக்கு மெச்சி சிவபெருமான் யானையைச் சிவகணங்களுக்குத் தலை-வனாக ஆக்கினார்.

கோச்செங்கட் சோழன்:

சிலந்தி மறு பிறவியில் கோச்செங்கட் சோழன் என்ற அரசனாகப் பிறந்-தது. பூர்வஜென்ம வாசனையால் கோச்செங்கட் சோழன் யானை ஏற முடியாதபடி குறுகலான படிகளைக் கொண்ட கட்டுமலைமீது சிவலிங்-கம் ஸ்தாபித்து 70 கோவில்கள் கட்டினான். அவை யாவும் மாடக்-கோவில் என்று அழைக்கப்படுகின்றன. கோச்செங்கட் சோழன் கட்டிய முதல் மாடக்கோவில் திருவானைக்கா ஜம்புகேஸ்வரர் ஆலயமாகும்.

திருநீறு தங்கமான எம்பிரானின் திருவிளையாடல்:

இத்தலத்தின் நான்காவது திருச்சுற்று மதிலை இறைவனே நேரில் ஒரு சித்தரைப் போல் வந்து மதில் சுவர் எழுப்பிய பணியாளர்களுக்குத் திரு-நீறை கூலியாகக் கொடுத்ததாகத் தலவரலாறு கூறுகிறது. பணியாளர்-களின் உழைப்புக்கேற்ப திருநீறு தங்கமாக மாறியதாகவும் தலவரலாறு கூறுகிறது. இதனால் இம்மதிலைத் திருநீற்றான் மதில் என்று அழைக்கி-

றார்கள்.

தலச் சிறப்புகள்

பஞ்சபூத தலம் – நீர்த்தலம்

* திருவானைக்கா பஞ்சபூதத் தலங்களில் ஒன்றான அப்புத்தலமாகும். வடமொழியில் அப்பு என்பதன் பொருள் நீர். மூலரான ஜம்புகேசுவரரின் லிங்கம் இருக்குமிடம் தரைமட்டத்திற்குக் கீழே இருப்பதால் எப்போதும் தண்ணீர் கசிவு இருந்துகொண்டே இருக்கும். முற்றிய கோடையில், காவேரி வறண்டிருக்கும் நேரங்களிலும், இந்நீர்க்கசிவு வற்றுவதில்லை என்பது குறிப்பிடத் தக்கதாகும்.

* திருவானைக்கா ஜம்புகேஸ்வரர் ஆலயம் ஒரு மிகப்பெரிய கோவில். சுமார் 18 ஏக்கர் நிலப்பரப்பில் நீண்ட உயரமான மதில்களும் நான்கு திசைகளிலும் கோபுரங்களும் ஐந்து பிரகாரங்களும் உடையது. அம்மன் அகிலாண்டேஸ்வரியின் சந்நிதி நான்காம் பிரகாரத்தில் உள்ளது. தனிச் சந்நிதியில் கிழக்கு நோக்கியவாறு அகிலாண்டேஸ்வரி என்னும் அகிலம் ஆண்ட நாயகி காட்சி தருகிறாள். மூலவர் ஜம்புகேஸ்வரர் ஐந்தாம் உள் பிரகாரத்தில் சுயம்புவான அப்புலிங்கமாக எழுந்தருளியுள்ளார்.

அகிலாண்டேஸ்வரியின் ஆட்சித்தலம்,

* திருவானைக்கா அன்னை அகிலாண்டேஸ்வரியின் ஆட்சித்தலம். அகிலாண்டேஸ்வரி அம்மையின் காதுகளில் இருக்கும் காதணிகள் பெரிதாகப் பக்தர்களின் பார்வைக்கு மிக நன்றாகப் பளிச்சென்று தெரியும். இந்தக் காதணிகளைத் தாடகங்கள் என்று அழைப்பார்கள்.

* அம்பாள் முன்னொரு காலத்தில் மிக உக்கிரமான உருவத்துடன் கொடூரமாக இருந்ததாகவும் பக்தர்கள் வழிபாடு செய்ய மிகவும் அச்சமுற்றதாகவும் இருக்க ஸ்ரீ ஆதிசங்கரர் ஸ்ரீசக்ர ரூபமான இக்காதணிகளைப் பிரதிஷ்டை செய்து அம்பாளின் உக்கிரத்தைத் தணித்தார் என்று தல வரலாறு கூறுகிறது. அன்னையின் உக்ரத்தைத் தணிப்பதற்காக முன்புறம் விநாயகரையும், பின்புறம் முருகனையும் பிரதிஷ்டை செய்துள்ளனர்.

* அதிகாலையில் கோபூஜையும், உச்சிக் காலத்தில் சுவாமிக்குத் தினமும் அன்னாபிஷேகமும் நடைபெறுகிறது. உச்சிக்கால பூஜையின் போது சிவாச்சாரியார் அன்னை அகிலாண்டேஸ்வரி போலப் பெண் வேடமிட்டு கிரீடம் அணிந்து கொண்டு மேள வாத்தியங்களோடு யானை முன்னே

செல்லச் சுவாமி சந்நிதிக்கு வந்து சுவாமிக்கு அபிஷேக ஆராதனைக-ளைச் செய்வது இத்தலத்தின் தனிச் சிறப்பாகும்.

அம்பிகை வழிப்பட்ட லிங்கம்:

இங்கு இருக்கும் ஜம்பு லிங்கம் அன்னையால் செய்யப்பட்டது. ஒரு முறை பூமிக்கு வந்த அம்பிகை சிவனை வழிபட சித்தம் கொண்டார். அழகிய காவேரியில் சிறிது நீர் எடுத்து லிங்கம் வடித்தார். அம்பிகையின் திருக்கரங்களிலிருந்த நீர் லிங்கமாக மாறியது. அம்பிகை அந்த லிங்-கத்தை வழிபட்டு ஆனந்தம் அடைந்தார். நீரால் செய்யப்பட்டதால், லிங்கம் ஜம்புகேஸ்வரர் என வழங்கப்படுகிறது.

குபேர லிங்கம்:

மற்றொரு சந்நிதியில் குபேர லிங்கம் உள்ளது. மிகப்பெரிய வடிவாகவும், பலமுக ருத்திராட்சம் தாங்கியும் உள்ளது. இந்தக் குபேர லிங்கத்தைக் குபேரன் வழிபட்டதால்தான் சிவன் அருள் பெற்று செல்வந்தன் ஆனார் என்ற வரலாறு எல்லோருக்கும் தெரிந்ததே. இப்போது மக்கள் அதிகம் வழிபாடு செய்யும் இடங்களில் ஒன்றாகக் குபேர லிங்க சன்னிதி ஆகிப்-போனது.

சிற்பங்கள்:

பல அரிய சிற்பங்களும் இத்தலத்தில் காணக் கிடைக்கின்றன. அதில் முக்கியமானது மூன்று கால் முனிவர் சிலை. சிவலிங்க சன்னிதிக்கு இடப்புறம் அமைந்துள்ள வெளிப்பிரகாரத் தூண்களில் இந்தச் சிற்பம் காணக் கிடைக்கின்றது. அது மட்டுமின்றி ஏகநாதர் திருவுருவம் அன்-னையின் சன்னிதிக்கு வெளியே உள்ள தூணில் காணக் கிடைக்கிறது. ஏகநாதர் என்பது மும்மூர்த்திகளும் சமமானவர் என்றும், எல்லோரும் ஒருவரே என்ற மாபெரும் தத்துவத்தை விளக்கவும் வல்லது.

அது மட்டுமின்றி நான்கு கால் தூணில் உள்ள மங்கைகள் எல்லோர் மனதையும் கவருகின்றார்கள். அவர்களின் கூந்தல் அலங்காரம் பிரம்-மிக்க வைப்பதாக உள்ளது. அதிலும் ஒரு சிறு குழந்தையை ஏந்திக்-கொண்டு இருக்கும் பெண் மிக தத்ரூபமாகச் செதுக்கப்பட்டுள்ளாள்.

5

சிதம்பரம்

சிதம்பரம் நடராசர் கோயில்:

நடராசர் கோயில் (Nataraja Temple, Chidambaram) அப்பர், சுந்தரர், சம்பந்தர், மாணிக்கவாசகர் ஆகிய சமயக் குரவர் நால்வராலும் தேவாரப் பாடல் பெற்ற தலங்களில் காவேரி வடகரை சிவத்தலங்கள் சோழ நாடு காவிரி வடகரைத் தலங்களில் ஒன்றாகும். இத்தலம் சிதம்-பரம் தில்லை நடராஜர் கோயில் என்றும் சிதம்பரம் தில்லை கூத்தன் கோயில் என்றும் சிதம்பரம் கோயில் என்றும் அழைக்கப்படுகிறது. இத்-தலம் சைவ இலக்கியங்களில் கோயில் என்ற பெயராலேயே அழைக்கப்-பெறுகிறது. அத்துடன் பூலோக கைலாசம் என்றும் கைலாயம் என்றும் அறியப்பெறுகிறது. இத்தலம் தமிழ்நாட்டில் கடலூர் மாவட்டத்திலுள்ள சிதம்பரம் என்னும் நகரில் அமைந்துள்ளது.

நடராசர் கோயில்

கோவிலின் வரலாறு:

● இவ்வூரானது தில்லை என்று பழங்காலத்தில் வழங்கப்பட்டுள்ளது. இத்தலம் நான்காயிரம் ஆண்டுகளுக்கு முன்பாகவே தோற்றம் பெற்றதாக நம்பப்படுகிறது.

● இத்தலத்தின் மூலவர்: திருமூலநாதர், (தூய தமிழில்: பொன்னம்பல-நாதர்)

உற்சவர்: நடராசர் (தமிழில்: கனகசபைநாதர்)

தாயார்: உமையாம்பிகை, (சமசுகிருதம்: சிவகாமசுந்தரி) இத்தலத்தின் தலவிருட்சமாக தில்லை மரமும், தீர்த்தமாக சிவகங்கை, பரமானந்த கூபம், வியாக்கிரபாத தீர்த்தம், அனந்த தீர்த்தம், நாகச்சேரி, பிரம தீர்த்-தம், சிவப்பிரியை, புலிமேடு, குய்ய தீர்த்தம், திருப்பாற்கடல் தீர்த்தங்-களும் உள்ளன. இத்தலமானது பஞ்சபூதத் தலங்களில் ஒன்றான ஆகாயத் தலமாகும். இத்தலம் திருநீலகண்ட நாயனார் அவதாரத் தலம் எனவும் கூறப்படுகின்றது.முன்னைக் காலங்களிலே இத்தலம் சோழர், பல்லவர், விஜய நகர அரசுகளாலே புனரமைக்கப்பட்டு வந்துள்ளதோடு மட்டு-மன்றி இவ்வரசுகளிடமிருந்து இத்தலத்திற்கு மானியங்களும் வழங்கப்பட்-டுள்ளன.

● சிதம்பரம் திருமூலராலும், பதஞ்சலி மற்றும் வியாக்கியபாதர் எனும் முனிவர்களாலும் வணங்கப்பட்டுள்ளது.

275 பாடல் பெற்ற சிவத்தலங்களில் முதல் முக்கிய இடம் வகிக்கும் தலம் இதுவே ஆகும். திருவாசகத் திருத்தலங்களில் ஒன்றாகும். அவ்வாறே திருவிசைப்பா திருப்பல்லாண்டு திருத்தலங்களில் ஒன்றாகும்.

சொல்லிலக்கணம்[தொகு]

தில்லை - தில்லை மரங்கள் இருந்த காட்டுப் பகுதி.

திருச்சிற்றம்பலம் -

கோயில் -

பெரும்பற்றப்புலியூர்[தொகு]

சிதம்பரத்துக்குப் பெரும்பற்றப்புலியூர் என்று பெயர். புலிக்கால் முனிவராகிய வியாக்கிரபாதர் பூஜை செய்ததால் அதற்குப் புலியூர் என்று பெயர். அந்தக் கோயிலுக்குச் சிதம்பரம் என்று பெயர். "சித்தம் - இதயம்", "அம்பரம் - ஆகாசம்". சித்தம் + அம்பரம் - சிதம்பரம். என்ற பெயரே காலப்போக்கில் அந்த ஊர் பெயர் மறைந்து கோயில் பெயரே ஊரின் பெயராக சிதம்பரம் என்று மாறிவிட்டது.

பொன்னம்பலம்:

நாற்பது ஏக்கர் பரப்பளவில், நான்கு திசைக்கென ஒரு கோபுரமாக நான்கு கோபுரங்களும், ஐந்து சபைகளும் உடையது இந்த ஆலயம். இவ்வாலயத்தில் உள்ள கிழக்கு கோபுரத்தில் நூற்றியெட்டு பரதநாட்டிய நிலைகளில் உள்ள சிற்பங்களை காணமுடியும். மேலும் இங்கு மூலவர் சிலை இருக்கும், இடம் கனகசபை என்று அழைக்கப்படுகிறது. இந்த சபை, முதலாம் பராந்தகன் சோழ மன்னனால் பொற்கூரை வேயப்பட்டது. அதனால் இந்தச் சபை பொன்னம்பலம் என அழைக்கப்படுகிறது; வடமொழியில் கனகசபை எனக் கூறப்படுகிறது.

சைவ சமயத்தவர்களுக்கு கோயில் என்பது சிதம்பரம் நடராசர் கோயிலையே குறிக்கும். அந்தளவுக்கு சைவமும் சிதம்பரமும் பிணைந்தவை. பெரியகோவில் என்றும் சிலர் அழைக்கின்றார்கள்.

தல வரலாறு:

ஆனந்த தாண்டவம்:

ஆடல் கடவுள் என்று அழைக்கப்படும் நடராஜர் ஒரே இடத்தில் இல்-
லாமல் ஆடிக்கொண்டே இருக்கிறார்.

1) வலது புற மேல் கையில் உடுக்கையை கொண்டிருப்பது இந்த
உலகம் ஒலியின் மூலம் துவங்கியது என்பதைக் குறிப்பதாக நம்பப்படுகி-
றது. .

2) இடது புற மேல் கையில் உள்ள நெருப்பு எந்நேரமும் அழித்து
விடுவேன் என்ற எச்சரிக்கையை கொடுக்கின்றது.

3) வலது புற கீழ் கையில் காப்பாற்றுவதை குறிப்பதை போன்று,
பயப்படாதே நான் இருக்கிறேன் என்று கூறுகின்றது.

4) இடது புற கீழ் கையால், உயர்த்தி இருக்கும் காலைக் காட்டி,
தன்னிடம் அடைக்கலம் புகுவோருக்கும், தன்னை வணங்கும் பக்தர்க-
ளுக்கான இடம் என்பதை உணர்த்துகிறது. இந்த நடனத்தில் ஆக்கல்,
அழித்தல், காத்தல் .

நடராசர்

வடிவமைப்பு

மனிதரின் உடம்பும் கோயில் என்பதனை விளக்கும் வகையில் சிதம்பரம்
நடராசர் கோயில் அமைந்துள்ளது. மனித உடலானது அன்னமயம்,
பிராணமயம், மனோமயம், விஞ்ஞானமயம், ஆனந்தமயம் என்னும் ஐந்து
சுற்றுக்களைக் (கோசங்கள் என்னும் Layers) கொண்டது. அதற்கு
ஈடாக சிதம்பரம் நடராசர் கோவிலில் ஐந்து திருச்சுற்றுகள் என்னும்
பிரகாரங்கள் உள்ளன. மனிதருக்கு இதயம் இடப்புறம் அமைந்திருக்கி-
றது. அதேபோல அக்கோயிலில் மூலவர் இருக்கும் கருவறை கோயி-
லின் நடுப்புள்ளியில் இல்லை. இடதுபுறமாகச் சற்று நகர்ந்து இருக்கிறது.
ஒரு மனிதர் ஒரு நாளைக்கு 21600முறை நுரையிரல் உதவியால் மூச்-
சுவிடுகிறார். கோயிலின் இதயம்போல அமைந்திருக்கும் கருவறையின்
மீதுள்ள கூரை 21600 ஓடுகளால் வேயப்பட்டு இருக்கிறது. மனிதருக்-
குள் 72000 நாடிகள் ஓடுகின்றன. அதேபோல அக்கூரையில் 72000
ஆணிகள் அறையப்பட்டு உள்ளன. இதயத்தின் துடிப்பே நடராசரின்
நடனமாக உருவகிக்கப்பட்டு இருக்கிறது.

கோபுரங்கள்:

இக்கோவிலில் நான்கு ராஜகோபுரங்கள் உள்ளன. இவை ஏழு நிலைக-
ளைக் கொண்டவையாகும். கோபுரத்தின் அடிப்பகுதி 90 அடி நீளமும்,

60 அடி அகலமும் கொண்டதாகவும், 135 அடி உயரம் உடையதாகவும் அமைந்துள்ளது. இக்கோபுரத்தின் வாசல் 40 அடி உயரம் உடையவை-யாகும்.

இக்கோவிலின் கிழக்கு கோபுரத்தில் 108 சிவதாண்டவங்களுக்குகாணச் சிற்பங்கள் காணப்படுகின்றன.

மண்டபங்கள்:

இக்கோவிலில் அமைந்துள்ள ஆயிரங்கால் மண்டபம் விஜயநகர பேரர-சின் கீழ் ஆட்சி செய்த நாயக்க மன்னர்கள் அமைத்தார்கள்.

சந்நிதிகள்:விநாயகர் சந்நிதிகள்

முக்குறுணி விநாயகர், திருமுறை காட்டிய விநாயகர், பொல்லாப் பிள்-ளையார், வல்லப கணபதி, மோகன கணபதி, கற்பக விநாயகர், நர்த்தன விநாயகர், திருமூல விநாயகர் என பல்வேறு விநாயகர் சந்நிதிகள் இக் கோயிலில் அமைந்துள்ளன.

சிதம்பரம் கோவிலுக்குள் திருமுறைகள் இருப்பதை இங்குள்ள பொல்-லாப் பிள்ளையாரே கூறினார் என தொன்மமொன்று உள்ளது.

நவகிரக சந்நிதிகள்

பதஞ்சலி சன்னதி -

கம்பத்து இளையனார் சந்நதி -

கோவில்கள்.

சிதம்பரம் நடராசர் கோவிலில், கோவிலுக்குள் பல்வேறு கோயில்கள் அமைந்திருக்கின்றன.

சிவகாமசுந்தரி அம்மன் கோவில் - மூன்றாவது பிரகாரத்தில் வடக்குப் பகுதியில் சிவகாமசுந்தரி அம்மன் கோவில் அமைந்துள்ளது. இந்த சன்-னதி அருகே யமன் மற்றும் சித்திரகுப்தனுக்கு சிலைகள் அமைந்-துள்ளன.

கோவிந்த ராஜபெருமாள் கோவில் -

பாண்டிய நாயகர் கோவில் - சிவகாம சுந்தரி கோவிலின் வடக்கே, பாண்டிய நாயகர் கோவில் அமைந்துள்ளது. இது முருகன் கோவி-லாகும். இக்கோவிலில் ஆறுமுகம் கொண்ட முருகன், வள்ளி மற்றும் தேவசேனாவுடன் உள்ளார்.

நவலிங்க கோவில் - நவகிரகங்களால் வழிபடப்பட்ட இலிங்கங்கள் உள்ள கோவிலாகும்.

சபைகள்:

சித்தசபை, கனகசபை, நடனசபை, தேவசபை, ராஜசபை ஆகிய ஐந்து சபைகள் சிதம்பரம் நடராஜர் கோயிலில் அமைந்துள்ளன. பேரம்பலம் என்பது தேவசபை என்றும், நிருத்த சபை என்பது நடனசபை என்றும், கனகசபை என்பது பொன்னம்பலம் எனவும் அறியப்பெறுகிறது.

சித்தசபை

கனகசபை

பொன்னம்பலத்தில் 28 தூண்கள் உள்ளன, இவை 28 ஆகமங்களையும், சிவனை வழிபடும் 28 வழிகளையும் குறிக்கின்றன, இந்த 28 தூண்க-ளும் 64 + 64 மேற் பலகைகளை கொண்டுள்ளது (BEAM), இது 64 ஆயகலைகளை குறிக்கின்றது, இதன் குறுக்கில் செல்லும் பல பலகை-கள்(CROSS BEAMS) , மனித உடலில் ஓடும் பல ரத்த நாளங்களை குறிக்கின்றது.

பொன்னம்பலம்" சற்று இடது புறமாக அமைக்கப்பட்டுள்ளது, இது நம் உடலில் இதயத்தை குறிப்பதாகும்.இந்த இடத்தை அடைய ஐந்து படி-களை ஏற வேண்டும், இந்த படிகளை "பஞ்சாட்சர படி" என்று அழைக்-கப்படுகின்றது, அதாவது "சி,வா,ய,ந,ம" என்ற ஐந்து எழுத்தே அது. "கனகசபை" பிற கோயில்களில் இருப்பதை போன்று நேரான வழி-யாக இல்லாமல் பக்கவாட்டில் வருகின்றது. இந்த கனக சபை தாங்க 4 தூண்கள் உள்ளன,இது 4 வேதங்களை குறிக்கின்றது,

நடனசபை,

தேவசபை,

இராஜசபை,

தீர்த்தங்கள்,

கோயிலில் சிவகங்கை, பரமானந்த கூபம், வியாக்கிரபாத தீர்த்தம், அனந்த தீர்த்தம், நாகச்சேரி, பிரம தீர்த்தம், சிவப்பிரியை, புலிமேடு, குய்ய தீர்த்தம், திருப்பாற்கடல் ஆகிய தீர்த்தங்கள் அமைந்துள்ளன.

- பரமானந்த கூபம் - நடராசர் கோயிலின் கிழக்கில் அமைந்துள்ளது.
- குய்யதீர்த்தம் - நடராசர் கோயிலின் வடகிழக்கே கிள்ளைக்கு அருகே அமைந்துள்ளது.

- புலிமடு - சிதம்பரம் கோயிலின் தென் பகுதியில் அமைந்துள்ளது.
- வியாக்கிரபாத தீர்த்தம் - நடராசர் கோயிலுக்கு மேற்கில் இளமை-யாக்கினார் கோயிலிக்கு எதிரே அமைந்துள்ளது.
- அனந்த தீர்த்தம் - நடராசர் கோயிலுக்கு மேற்கிலுள்ள திருவனந்-தேச்சுரத்துக்கு கோயிலில் அமைந்துள்ளது.
- நாகச்சேரி - அனந்தேச்சுரத்துக்கு மேற்கில் அமைந்துள்ளது.
- பிரமதீர்த்தம் - நடராசர் கோயிலுக்கு வடமேற்கே இருக்கும் திருக்க-ளாஞ்சேரியில் கோயிலில் அமைந்துள்ளது.
- சிவப்பிரியை - நடராசர் கோயிலுக்கு வடக்கே உள்ள பிரமசாமுண்டி கோயிலின் முன் அமைந்துள்ளது.
- திருப்பாற்கடல் - சிவப்பிரியைக்கு தென்கிழக்கில் அமைந்துள்ளது.

மூலவர் தோற்றம்:

மூலவர் திருமூலநாதர் சுயம்பு மூர்த்தியாக அருள்புரிகிறார்.

பொற் கூரையின் மேல் இருக்கும் 9 கலசங்கள், 9 வகையான சக்தியை குறிக்கின்றது.அர்த்த மண்டபத்தில் உள்ள 6 தூண்கள், 6 சாஸ்திரங்க-ளையும்,அர்த்த மண்டபத்தின் பக்கத்தில் உள்ள மண்டபத்தில் உள்ள 18 தூண்கள், 18 புராணங்களையும் குறிக்கின்றது,

கோவில் தேர்

ஆனந்த தாண்டவம்

சிதம்பர ரகசியம்

இச்சபையில் சபாநாயகரின் வலது பக்கத்தில் உள்ளது ஒரு சிறிய வாயில், அங்குள்ள திரை அகற்றபட்டு தீபாராதனை காட்டபடும். அங்கு திருவுருவம் இல்லாது, தங்கத்தால் ஆன வில்வ தளமாலை ஒன்று தொங்கவிடபட்டிருக்கும்.இதன் ரகசியம் இங்கு இறைவன் ஆகாய உரு-வில் இருக்கின்றார் என்பதுதான்.ஆகாயத்துக்கு ஆரம்பமும் ,முடிவும் கிடையாது ,அதை உணரத்தான் முடியும் என்பதை உணர்த்துவதேயா-கும்.

வழிபாடு:

உலகில் உள்ள அனைத்து சிவகலைகளும் சிதம்பரம் நடராசர் கோயி-லிருந்து காலையில் புறப்பட்டு, இரவில் மீண்டும் கோவிலை வந்தடை-கின்றன (இதில் திருவாரூர் தியாகராஜர் சுவாமியயை) தவிர என்று

நம்பப்படுகிறது. இதன் காரணமாக மற்ற சிவாலயங்களை விட தாமத-மாக இக்கோவிலில் அர்த்த சாம பூசை நடைபெறுகிறது.

இவ்வாறு அனைத்து சிவகலைகளும் சிதம்பரத்தில் ஒடுங்குவதால் பல்-வேறு தலங்களுக்கு சென்று வழிபடுவதற்கு சிதம்பரத்தில் நடைபெறும் அர்த்தசாம பூசையில் கலந்து கொள்வது ஈடானதாகக் கருதப்படுகிறது.

ஆறு கால பூசை:

சிதம்பரம் நடராசருக்கு தினந்தோறும் ஆறு காலப் பூசைகள் நடைபெ-றுகின்றன. ஆறு கால பூசையென்பது,

1. காலை சந்தி,

2. இரண்டாங் காலம்,

3. உச்சி காலம்,

4. சாயங் காலம்,

5. ரகசிய பூசை காலம்,

6. அர்த்த சாமம்,.

ஆண்டுக்கு ஆறு அபிசேகங்கள்

இந்து தொன்மவியல் கணக்கின் படி மனிதர்களது ஓர் ஆண்டு என்பது தேவர்களுக்கு ஒரு நாளாகும். ஒரு நாளில் ஆறு கால பூசைகள் நடை-பெறுவது போல தேவர்கள் செய்யும் பூசையாக ஆண்டுக்கு ஆறு பூசை-கள் சிதம்பரம் கோவிலில் நடைபெறுகின்றன. அவையாவன..

1. சித்திரை மாதம், திருவோண நட்சத்திரத்தில் கனகசபையில் மாலை-யில் அபிசேகம்,

2. ஆனி மாதம், உத்திர நட்சத்திரத்தில் இராச சபையில் அதிகாலை-யில் அபிசேகம்,

3. ஆவணி மாதம், பூர்வ பட்ச சதுர்த்தசியில் கனக சபையில் மாலை-யில் அபிசேகம்,

4. புராட்டாசி மாதம், பூர்வ பட்ச சதூர்த்தசியில் கனக சபையில் மாலை-யில் அபிசேகம்,

5. மார்கழி மாதம், திருவாதிரை நட்சத்திரத்தில் இராச சபையில் அதி-காலையில் அபிசேகம்,

6. மாசி மாதம், பூர்வ பட்ச சதுர்த்தசியில் கனகசபையில் மாலையில் அபிசேகம்,.

6

திருக்காளத்தி
(ஆந்திரா)

திருக்காளத்தி

திருக்காளத்தி (Srikalahasti Temple)- காளகத்தீசுவரர் கோயில் பாடல் பெற்ற தலங்களுள் ஒன்றாகும். சம்பந்தர் பாடல் பெற்ற இத்தலம் ஆந்திராவின் சித்தூர் மாவட்டத்தில் அமைந்துள்ள இத்தலம் கண்ணப்பர் தொண்டாற்றிப் பேறு பெற்ற தலம் எனப்படுகிறது. பஞ்சபூதத் தலங்களில் ஒன்றான இத்தலம் வாயுத் தலம் ஆகும். புகழ்பெற்ற மன்னர்களுள் ஒரு-வரும் தஞ்சை பெரிய கோவில் கட்டிய இராசராச சோழன் மகனும், தென்னிந்தியாவின் புகழ்பெற்ற மன்னர்களுள் ஒருவருமான இராசேந்திர சோழன் கட்டிய கோவிலாகும். இத்தலத்தில் சிலந்தி, பாம்பு, யானை என்பன சிவலிங்கத்தை பூசித்ததாகவும் அதனால் தான் இதற்கு காளத்தி (காளகத்தி) என பெயர் பெற்றதாகவும் தல புராணம் கூறுகிறது. பாடல் பெற்ற தலங்களில் தொண்டை நாட்டுத் தலங்களில் ஒன்றாகும்.

வடமொழிப் புராணங்கள் பலவும் இக் கோயிலைப் போற்றுகின்றன. தமிழில் திருக்காளத்திப் புராணம், சீகாளத்தி புராணம் என்னும் இரண்டு நூல்கள் இதன் புராணத்தைக் கூறுகின்றன. அப்பர் இங்குள்ள இறை-வனைக் காளத்திநாதர், ஞானப் பூங்கோதையார் பாகத்தான் என்று குறிப்பிடுகிறார். அகண்ட வில்வ மரம், கல்லால மரம் ஆகிய இரண்டும் இக் கோயிலின் தல மரங்கள். இந்த ஊருக்கு அருகில் பொன்முகரி ஆறு ஓடுகிறது.

வரலாறு:

இந்தியாவில் வாயு கடவுளுக்கு கட்டப்பட்ட ஒரே கோயிலான காளகத்தி கோயில் சோழர்களின் புகழ்பெற்ற மன்னர்களுள் ஒருவரும் தஞ்சை பெரிய கோவிலை கட்டிய இராசராச சோழனின் மகனும், தென்னிந்தி- யாவின் புகழ்பெற்ற மன்னர்களுள் ஒருவருமான இராசேந்திர சோழன் கட்டிய கோவிலாகும். மிகப் பழமை வாய்ந்த தென்னாட்டுக் கோயில்- களுள் இதுவும் ஒன்று. சங்கத் தமிழ் இலக்கியங்களில் இக் கோயில் பற்றிய குறிப்புக்கள் உள்ளன. பல்லவர்கால நாயன்மார்களின் தேவாரப் பதிகங்களிலும் இக் கோயில் பற்றிய தகவல்கள் உள்ளன. 10 ஆம் நூற்- றாண்டைச் சேர்ந்த கல்வெட்டுக்களும் இக்கோயிலில் உள்ளன. சோழர்- களும், விசய நகரத்து மன்னர்களும் பல கொடைகளை இக்கோயிலுக்கு அளித்துள்ளனர்.

பல்லவர் காலத்தில் இருந்த இக் கோயிலை 10 ஆம் நூற்றாண்டளவில் சோழர்கள் திருத்தி அமைத்தனர். முதலாம் குலோத்துங்க சோழன், தெற்குவாயிலில் அமைந்துள்ள கலிகோபுரத்தை அமைப்பித்தான். மூன்- றாம் குலோத்துங்க சோழனும் சில சிறு கோயில்களை இங்கு எடுப்பித்- துள்ளான். 12 ஆம் நூற்றாண்டில் மன்னன் வீரநரசிம்ம யாதவராயன் தற்போதுள்ள சுற்று வீதிகளை அமைப்பித்ததுடன், நாற்புறமும் நான்கு கோபுரங்களையும் கட்டுவித்தார். கிபி 1516 ஆம் ஆண்டைச் சேர்ந்த விசயநகரப் பேரரசர் கிருட்டிணதேவராயனின் கல்வெட்டு ஒன்றின்படி, அவர் நூறுகால் மண்டபமொன்றையும் மேற்குப் புறக் கோபுரத்தையும் கட்டுவித்ததாகத் தெரிகிறது.

இக்கோவிலின் மூலவர் ஞானபிரசுனாம்பிகை தாயார் செங்குந்த கைக்- கோளர் மரபு வெள்ளாத்தூரார் கோத்திரத்தில் தோன்றியவர். இதனால் இங்கு நடைபெறும் சிவன் பார்வதி திருக்கல்யாணத்தில் இம்மரபினர் சார்பில், பெண் வீட்டு சீதனம் கொண்டுவந்து சமர்ப்பிப்பது வழக்கம்.

திருக்காளத்தி

இத்தலம் ஆந்திராவின் சித்தூர் மாவட்டத்தில் அமைந்துள்ளது. திருப்-
தியில் இருந்து 38 கி.மீ. தூரத்தில் அமைந்துள்ளது.

திருக்காளத்தி-காளஹஸ்தீஸ்வரர் கோயில் பஞ்சபூதத் தலங்களில் வாயுத்
தலமாக விளங்குகிறது.

இக்கோவில் சம்பந்தரால் பாடப் பெற்ற தலங்களுள் ஒன்றாகும்.

கி.பி. 1516-ஆம் ஆண்டைச் சேர்ந்த விஜயநகரப் பேரரசன் கிருஷ்ண-
தேவராயனின் கல்வெட்டு ஒன்றின்படி, அவர் நூறுகால் மண்டபமொன்-
றையும் மேற்குப் புறக் கோபுரத்தையும் கட்டுவித்ததாகத் தெரிகிறது.

இக்கோவிலில் ராகு, கேது கிரக தோஷம், சர்ப்ப தோஷ நிவர்த்திக்கான
பரிகார பூசைகள் செய்யப்படுவதால் நாடு முழுவதிலும் இருந்து ஆயி-
ரக்கணக்கில் பக்தர்கள் நாள்தோறும் வந்து செல்கின்றனர்.

சீ-சிலந்தி;

காளத்தி என்பது காளம்-பாம்பு;

அத்தி-யானை

சிலந்தி, பாம்பு, யானை ஆகிய மூன்றும் இத்தலத்தில் சிவலிங்கத்தைப்
பூசித்து முத்தி பெற்றதால் அவற்றின் பெயரால் இவ்வூர் சீகாளத்தி எனப்
பெயர் பெற்றது.

இங்கு இலிங்கமாகக் காட்சியளிக்கும் சிவனின் திருமேனியைக் கூர்ந்து
கவனித்தால், கீழ்ப் பாகத்தில் யானை தந்தங்கள், நடுவில் பாம்பு, பின்-
புறம் சிலந்தி ஆகியவற்றை காணலாம்.

இங்கு எழுந்தருளியுள்ள சிவன், காளஹஸ்தீஸ்வரர் என்றும், அம்மன் ஞானபிரசுனாம்பிகை என்றும் அழைக்கப்படுகின்றனர்.

இத்தலம் கண்ணப்பர் வழிபட்ட தலம் எனப்படுகிறது.

இக் கோயில் பற்றிய குறிப்புகள் சங்க இலக்கியங்களிலும், பல்லவர்கால நாயன்மார்களின் தேவாரப் பதிகங்களிலும், 10-ஆம் நூற்றாண்டைச் சேர்ந்த கல்வெட்டுகளிலும் காணப்படுகிறது.

500 ஆண்டுகள் பழமையான ஸ்ரீகாளகஸ்தி சிவன் கோவில் இராச-கோபுரம், 2010-ஆம் ஆண்டு, மே மாதம் இடிந்து விழுந்து தரை மட்-டமானது. அதே இடத்தில் இராசகோபுரம் எழுப்ப ஆந்திர அரசு ஆய்வு மேற்கொண்டுள்ளது.

இத்தலம் ராகு -கேது பரிகாரத்தலமாகவும் ,திருமண பரிகாரத்தலமாக விலங்குகிறது .